ధ్యానం

(ధ్యానం అంటే శ్వాస మీద ధ్యాస)

ఆనాటి ఆధ్యాత్మిక గురువైన గౌతమ బుద్ధుడు అందించిన ధ్యానాన్ని (ఆనాపానసతి) పితామహో బ్రహ్మర్షి సుభాష్ పత్రీజీ గారు ప్రపంచ వ్యాప్తంగా పరిచయం చేశారు. *ఆనాపానసతి - శ్వాస మీద ధ్యాస.* ఉచ్ఛ్వాస నిశ్వాస లతో కూడి ఉండుట అని అర్థం. (Be with your breath). హాయిగా సుఖాసనంలో కూర్చుని కళ్ళు రెండు మూసుకొని, శ్వాస మీద ధ్యాస పెట్టి ధ్యానం చేస్తూ ఉంటే క్రమేపి క్రమేపి మన ఆలోచనలు తగ్గి, మనం ఆలోచన రహిత స్థితికి (శూన్య స్థితి)చేరుకుంటాం. ఈ శూన్యస్థితి లో వున్నప్పుడు విశ్వం నుండి విశ్వశక్తిని (Universal energy) తీసుకుంటాము. ఈ విధమైన ధ్యాన శక్తితో మనసిక శాంతి తో పాటు, సంకల్పశక్తి, ఏకాగ్రత పెరుగుతాయి . అంతేకాకుండా నాడీ మండల శుద్ధి జరిగి సంపూర్ణ ఆరోగ్యం పొందుతాము.

ముఖ్యంగా విద్యార్థులు క్రమం తప్పకుండా ధ్యానం చేస్తే ఏకాగ్రత (Concentration), ఆత్మవిశ్వాసం (Self-confidence) పెరిగి చదువులలో, ఉద్యోగాలలో 100% విజయాలను (Success) పొందుతారు.

మనమందరము చిన్నప్పుడు చిట్టి చిట్టి కథలను పెద్దల నుండి వింటూనే పెరిగాం. ఆ కథలు వింటున్నప్పుడు మనం దృశ్య రూపంలో ఊహించుకుంటూ అనుభూతిని చెందుతూ ఉంటాం. ఉదాహరణకు భయంకరమైన కథలు చదివినా, వింటున్నా మనం తెలియకుండా భయానికి లోనవుతాం. ఈ విధంగా అనుభూతి చెందుతూ విన్నటువంటి కథలలో నీతి లేదా సారాంశం మన మెదడులో చాలా బాగా గుర్తుండిపోతాయి. అందుకే మన పెద్దలు పిల్లలకు మంచి విషయాలను బోధించాలంటే కథల రూపంలోనే వివరించేవారు.

ఈ పుస్తకం లో వున్న కథలలోని సందేశాలు అందరినీ సరైన రీతిలో ఆలోచింపజేసి, ఉన్నత మార్గంలో నడిపిస్తాయని, ప్రతి విద్యార్థి బుద్ధి వికాశానికి తోడ్పడతాయని ఆశిస్తూ....

గౌరీ మహలక్ష్మి

∗ముందుమాట∗

విద్యార్థులైన, పెద్దవారైనా ఏదైనా లక్ష్యం సాధించాలంటే శారీరక శక్తి సామర్థ్యాలతో పాటు సరైన నిర్ణయాలు తీసుకోవడం ఎంతో అవసరం. పరిస్థితులకు తగ్గట్లుగా ఆలోచించి సానుకులంగా ముందుకు వెళ్ళాలి. ధృడమైన సంకల్ప శక్తితో ముందడుగు వేయడానికి మానసిక స్థితి వుండాలి ."

ఈ రోజుల్లో వృత్తి రిత్యా పెద్దవాళ్ళకి, చదువుల్లో పోటీతత్వం వల్ల విద్యార్థులకు మానసిక ప్రశాంతత కరువైందని చెప్పవచ్చు. పూర్వం పెద్దలు అన్ని బాధ్యతలు పూర్తి చేసుకొని ఏ గుడిలోనో, భజనలు చేసుకుంటూ, పురాణ కాలక్షేపం చేసుకుంటూ హాయిగా వుండేవారు. కానీ ఇప్పుడు ఉన్నటువంటి ప్రస్తుత పరిస్థితుల్లో తీరిక లేకపోవడం వలన వీటికి ఎవరు సమయం కేటాయించడం లేదు. దానివల్ల చాలావరకు శారీరక మానసిక ఇబ్బందులు ఎదుర్కోవలసి వస్తుంది. కాబట్టి ఈ రోజుల్లో ప్రతి ఒక్కరికి ∗"ధ్యానం"∗ చాలా అవసరం. ప్రస్తుత పోటీ ప్రపంచాన్ని, పరిస్థితులను తట్టుకోవాలంటే ఇదొక్కటే మార్గం. 6 సంవత్సరాల వయసు నుండి 60 సంవత్సరాల వయసు వరకు ప్రతి ఒక్కరూ తప్పకుండా ధ్యానం చేయల్సిందే.

విజయం

ధ్యానం - మానసిక ప్రశాంతత- *మంచి ఆలోచనలు - సంకల్పశక్తి -
విజయం*

1.ఆలోచనలు - వాటి శక్తి

యద్భావం - తద్భవతి

భగవద్గీతలో శ్రీకృష్ణుడు చెప్పినట్లు *యద్భావం -* *తద్భవతి* అంటే
మనం చేసే ఆలోచనలే మన జీవితం. మన వాస్తవ జీవితానికి మూలం మన
ఆలోచనలే అని అర్థం.

మన ఆలోచనలు అనేవి ఎలా ఉంటాయో ఈ కథ ద్వారా తెలుసుకుందాం.
ఒక వ్యాపారి కాశీ యాత్రకు కాలినడకన బయలుదేరాడు. త్రోవలో అక్కడక్కడ

విశ్రాంతి తీసుకుంటూ, తన ప్రయాణం సాగిస్తున్నాడు. అది వేసవి కాలం. మండు ఎండలో పాద రక్షలు కూడా లేకుండా కొన్ని వందల మైళ్ళు దాటివేశాడు. ఇంతలో దారిలో ఒక ఎడారి ప్రదేశము ఎదురయ్యేను . మరి కొంత దూరంలో అదృష్టం కొద్దీ ఒక వృక్షం కూడా కనిపించింది. వ్యాపారి మెల్లగా నడుచుకుంటూ వృక్షం వద్దకు చేరుకుని కొంత సేపు విశ్రాంతి తీసుకున్నాడు.

పూర్వం ఏ దేవతలో, పండితులో ఆ చెట్టు క్రింద తపస్సు చేయటం వల్ల ఆ చెట్టుకి *" కల్పవృక్షము "* యొక్క శక్తి వచ్చిందటా. అనగా ఆ చెట్టు క్రింద ఎవరు ఏమి కోరుకుంటారో అది తక్షణమే నెరవేరిపోతుంది. ఏ వస్తువు కోరుకున్నా వెంటనే ప్రత్యక్షముఅవుతుంది. కానీ ఈ విషయం ఆ వ్యాపారికి తెలియదు.

కొంతసేపు ఆ కల్పవృక్షం (చెట్టు) క్రింద విశ్రాంతి తీసుకున్న వ్యాపారి నిద్ర లేచి తన మనస్సులో " స్నానం చేస్తే బాగుండేది. కానీ ఈ ప్రాంతంలో ఒక్క చుక్క నీరు కూడా లేదే " అని ఆలోచన చేసాడు. అంతే... వెంటనే ఆ చెట్టుపై నుండి గంగా ప్రవాహంలా నీరు చాలా చాలా క్రిందకు పడసాగెను (కల్ప వృక్ష మహిమ వలన).

ఇదంతా వ్యాపారికి చాలా వింతగా అనిపించింది. అయినా వెంటనే స్నానం చేసి హాయిగా సేద తీరేను. తర్వాత అతనికి ఆకలి వేసింది. "ఎవరైనా భోజనం పెట్టిన నాకెంత హాయిగా వుంటుందో " అని తన మనస్సు లో భావించెను. తక్షణం అతడి ముందు పంచ భక్ష - పరమాన్నాలు ప్రత్యక్ష మయ్యాయి.

వ్యాపారి ఆనందంతో పొంగి పోయాడు.. ఒక వైపు ఆశ్చర్యం, మరోక వైపు ఆనందం. ఎలాగైతే కడుపు నిండా భోజనం చేశాడు.

మరి కొంత సేపటికి "ఇక్కడ జనాలు ఎవ్వరూ లేరు. నాకు భయంగా ఉంది. ఇంటి వద్ద ఉన్న నా భార్య ఇక్కడికి వస్తే నాకు తోడుగా ఉంటుంది కదా " అని ఆలోచన చేసుకున్నాడు మనస్సు లో. వెను వెంటనే అతని భార్య అతని ముందు ప్రత్యక్షమయ్యింది. హఠాత్తుగా తవ భార్య తన కళ్ళ ముందు ప్రత్యక్షమవ్వడంతో వ్యాపారి ఒక్కసారిగా నిర్ఘాంత పోయాడు.

అసలు ఇదంతా ఆ కల్పవృక్షం మహిమ వల్ల జరుగుతుంది అని తెలియక విపరీతమైన భయంతో... వ్యాపారి మనస్సులో " కొన్ని వేల మైళ్ళ దూరంలో ఉన్న నా భార్య ఇక్కడికి ఎలా వచ్చేస్తుంది? అసలు ఈమె నిజంగా నా భార్య నా? లేక దెయ్యమా? నా భార్య రూపంలో ఏదైనా దెయ్యం వచ్చేసిందేమో? " అని అనుకున్నాడు. తన భార్య వెంటనే దెయ్యముగా మారిపోయింది . ఆ దెయ్యాన్ని చూసి వ్యాపారి " బాబోయ్.. ఇది నన్ను చంపేస్తుదేమో "అని సందేహించాడు. అంతే !వెంటనే దెయ్యం మీద పడి అతడిని చంపేసింది. పాపం... వ్యాపారి కల్పవృక్షం క్రింద ఉన్నప్పటికీ తెలియక సానుకూల (Positive) ఆలోచనలు చేయకుండా ప్రతికూల (Negative) ఆలోచనలను చేసి తన వినాశనమును తానే కొని తెచ్చుకున్నాడు.

అంతరార్థం

ఈ కథలో కల్పవృక్షం అంటిదే మన మనస్సు కూడా చాలా శక్తివంతమైంది. ముందుగా మనం మన ఆలోచనలకు, మాటలకు చాలా శక్తి వుంటుందనే విషయం తెలుసుకోవాలి. positive గా ఆలోచనలు చేస్తే Life లో అన్ని Positive గానే జరుగుతాయి. Negative గా ఆలోచిస్తే Negative గానే ఉంటుంది. ఎలాగైతే ఒక సారవంతమైన నెలలో (Mind) మనం ఎలాంటి విత్తనాలను (ఆలోచనలు) వేస్తే మనం తిరిగి ఆ పంటనే పొందుతాము. అలాగే మనస్సు అనే (నేలలో) మంచి విత్తనాలను (మంచి ఆలోచనలు) లేదా చెడు విత్తనాలను (చెడు ఆలోచనలు) వెయ్యాలా? అనేది మన చేతిలోనే ఉంటుంది. మన ఆలోచనల యొక్క శక్తిని మనం సంపూర్ణంగా మన అభివృద్ధికి ఉపయోగిస్తే ఎన్నో సత్ఫలితాలను పొందవచ్చును.

2. అంతా మన మంచికే

పూర్వం సుదర్శనుడు అనే రాజు తన రాజ్యాన్ని సుభిక్షంగా పరిపాలిస్తున్నాడు. రాజ్యంలోని ప్రజలందరూ ఆనందంగా ధర్మ పథంలో వున్నారు. ఒక రోజు రాజుగారు ఫలహారం తింటూ ఉండగా తన చేతి వ్రేలుకు గాయం అయి రక్తం కూడా కారుతుంది. రాజు భయంతో మంత్రి గారికి కబురు చేస్తారు. కొద్ది సేపటికి మంత్రి గారు వచ్చి ఆందోళన పడుతున్న రాజు గారిని చూసి " భయపడకండి మహారాజా!

ఏది జరిగినా అంతా మన మంచికే " అని అంటాడు.

ఆ మాటకు రాజుగారు చాలా కోపంతో "నేను రక్తం కారుతున్న గాయంతో బాధ పడుతుంటే నువ్వేమో చాలా ధీమాగా మన మంచికే అంటావా " అంటూ " ఇతడిని బంధించి కారాగారంలో వెయ్యండి" అని ఆదేశిస్తాడు.

మరునాడు ఉదయం రాజుగారు అతడి సైన్యంతో కలిసి అడివికి వేటకు బయలుదేరాడు. అడవి మధ్యలో అనుకోకుండా సైన్యంతో విడిపోయి రాజు గారు వేరే ప్రదేశానికి తెలియకుండా వెళ్ళిపోతారు. సైన్యం ఒకవైపు, రాజుగారు ఒకవైపు విడిపోయారు.

రాజు గారికి ఎక్కడి నుండో శబ్దాలు వినబడతాయి. దగ్గరకు వెళ్ళి చూసేసరికి అక్కడ కొండ జాతి ప్రజలు వారి ఆరాధ్య దేవతకు పూజలు జరుపుతూ కనిపిస్తారు. రాజు భయపడి వెనుదిరిగే సమయానికి వాళ్లు రాజుని గమనించి వెంటనే రాజు వద్దకు పరిగెత్తుకు వచ్చేస్తారు. రాజు గారిని బంధించి పూజా ప్రదేశానికి తీసుకు వెళ్ళి" మనం ఈ రోజు మన అమ్మవారి ప్రసన్నం కోసం బలి ఇవ్వడానికి జీవి కోసం వెతుకుతున్నాం కదా! చూశారా ; సరైన సమయానికి ఆ తల్లే మనకు ఇతడిని పంపించింది". అంటూ సంబరంగా కేకలు వేస్తూ రాజుని బలిచ్చే చోటికి తీసుకుని వెళ్లారు. కానీ వారి నిబంధనల ప్రకారం బలిని ఇచ్చే జీవికి ఎలాంటి అనారోగ్యం గానీ, గాయాలు గానీ ఉండకూడదు. ఆ నియమం ప్రకారం రాజు గారి శరీరం అంతా పరీక్ష చేయగా చేతి వ్రేలికి గాయం కనబడుతుంది. గాయాన్ని చూసిన వారంతా నిరాశ గా రాజు గారిని విడిచి పెట్టి

వెళ్ళిపోతారు. రాజు గారు ఎంతో సంతోషించి " చావు నుండి బయట పడ్డాను భగవంతుడా " అనుకుంటూ అక్కడి నుండి రాజ్యానికి తిరిగి వచ్చాడు.

మరునాడు ఉదయం మంత్రి గారిని పరామర్శించడానికి కారాగారానికి వెళ్ళారు రాజు గారు. బందీగా ఉన్న మంత్రిని చూసి " ఎలా ఉన్నావు" అని అడిగారు మహారాజు. " అంతా నా మంచికే "అని సమాధానం ఇచ్చాడు మంత్రి. రాజుగారు అడవిలో జరిగినదంతా మంత్రి వివరిస్తాడు.

రాజు -" మంత్రి వర్యా ! నువ్వు చెప్పినట్లే అంతా నాకు మంచే జరిగింది. నా గాయాన్ని చూసి వాళ్ళు నన్ను విడిచిపెట్టారు. మరి నువ్వు చెరసాలలో బందీగా ఉన్నావు కదా. మరి నీకు ఏమి మంచి జరిగిందని అంతా నా మంచికే అంటున్నావు " అని చాలా కుతూహలంగా అడిగారు.

మంత్రి - " మహారాజా! మీరు నన్ను బంధించకపోతే నేను మీతో పాటే అడవికి వచ్చే వాడిని కదా. ఆ కొండజాతి ప్రజలు మీకున్న గాయానికి మిమ్మల్ని విడిచిపెట్టి, ఆరోగ్యంగా ఉన్న నన్ను మళ్ళీ తీసుకునేవారు కదా ! అందుకే ఇదంతా నా మంచికే జరిగింది అని అనుకుంటున్నాను ". అని బదులిచ్చాడు.

మంత్రి గారి మాటలు విని మహారాజు ఆనందంతో మంత్రి గారికి తగిన సత్కారం చేస్తారు.

అంతరార్థం :

నిజ జీవితంలో కూడా కొంతమంది జరిగిన ప్రతి సంఘటన గురించి ఇది ఇలా నాకెందుకు జరిగింది, నాకే... ఎందుకు జరిగింది అని Negative గా ఆలోచిస్తూ, బాధపడుతూ, భగవంతుణ్ణి తోటి వారిని నిందిస్తూ అశాంతితో జీవిస్తూ ఉంటారు. దీనివల్ల ఎటువంటి ప్రయోజనం ఉండదు సరి కదా.. ఇంకా జీవితం దుఃఖమయం అవుతుంది. అలా కాకుండా - పై కథలో మంత్రి గారి ఆలోచన విధానం బట్టి చూస్తే, మన జీవితంలో జరిగే ప్రతి సంఘటన మన భవిష్యత్తులో ఏదో ఒక మంచినే సూచిస్తుంది అనే భావనతో సానుకూల దృక్పథంతో జీవించగలిగితే మనకు అంతా మంచే జరుగుతుంది. ప్రతి సంఘటన నుండి మంచిని నేర్చుకుంటూ.. అది మనల్ని అద్భుతంగా తీర్చిదిద్దడానికే వచ్చింది అని భావించాలి.

ఒకానొకప్పుడు గొప్ప ధార్మిక హృదయము కలిగిన, ఎంతో తెలివైన మహారాజు వుండేవాడు. అతడు శాస్త్రాలు బాగా తెలిసిన వాడు   మరియు గొప్ప భక్తుడు. అతని రాజ్యం లోని ప్రజలందరూ సుఖ సంతోషాలతో జీవిస్తున్నారు. అంతా బాగున్నా..

రాజు గారి మనసులో ఏదో తెలియని వెలితి వెంటాడుతూ వుండేది. ఎన్ని చదివినా, ఎన్ని విన్నా అతనికి సంతృప్తి కలగలేదు. ఆధ్యాత్మికంగా కొన్ని సందేహాలు అతనిని వేధిస్తూనే ఉండేవి. అతనికి తగు సలహా ఇచ్చేవారు ఆ ఆ స్థానంలో ఎవరూ కనిపించలేదు. దీనివల్ల ఆ రాజు గారు సతమతమయ్యే వారు.

ఒక రోజు రాజుగారు తన ఆస్థానం లో ఉన్న వేద పండితుడు మరియు ఎంతో అనుభవం కలిగిన రాజ పురోహితుడిని ఏకాంతంగా పిలిచి ఇలా చెప్పాడు.

" పండితోత్తమా ! చాలా కాలం నుండి నన్ను మూడు సందేహాలు పీడిస్తున్నాయి. ఎన్ని గ్రంథాలు చదివినా సమాధానం దొరకలేదు. మనశ్శాంతి కరువైంది. చివరకు మీరు నా సందేహాలను తీర్చగలరని విశ్వసించి మిమ్మల్ని కోరుతున్నాను. మీరు స్వయంగా ఆలోచించి గానీ, లేదా ఇతరులను సంప్రదించి గాని ఎలాగైనా సమాధానాల్ని తెలియజేయవల్సిందిగా కోరుకుంటున్నాను ".

"నా ప్రశ్నలు

1. దేవుడు ఎక్కడ *ఉన్నాడు ?*

2. దేవుడు ఏ వైపున *చూస్తున్నాడు ?*

3. దేవుడు ఏ పని చేస్తున్నాడు?

ఈ విధంగా రాజు తన పురోహితుని సమాధానాల కోసం శాసించి పంపెను. ఆ పురోహితుడు ఆ రాజు యొక్క ప్రశ్నలు వినగానే భయంతో కంపించిపోయాడు. తనకు ఇలాంటి ప్రశ్నలకు సంబంధించి ఏ మాత్రమూ అనుభవం లేదని అతనికి అర్థమైంది. పాపం అతడు ఇంటికి వెళ్లి దిగులుగా తీవ్రవేదనతో ఆలోచిస్తూ ఉన్నాడు.

ఆ పురోహితుని ఇంటి ముందు గోవులను మేపుతూ, పనీ పాటలు చేసుకునే బాలుడు ఒకడు ఉండేవాడు. అతని వయస్సు 14 సంవత్సరాలు ఉంటుంది. పూర్వజన్మ సుకృతం వల్ల అతనికి భక్తి అలవడింది. నిరంతరము భగవంతుని నామాన్ని ఉచ్చరిస్తూ తన పనిని చేసుకుంటూ ఉంటాడు. దైవ కటాక్షం వల్ల అతనికి జ్ఞానం కూడా ఎక్కువే. ఆ బాలుడు ఒకరోజు మనోవేదన తో ఉన్న పురోహితుని చూసి దగ్గరకు వచ్చి వినయంగా " అయ్యా ! మీ వేదన కారణం తెలుసుకోవచ్చా ? "అని అడిగాడు. పురోహితుడు జరిగినదంతా వివరించాడు.

బాలుడు

" మహాత్మా ! మీరు దిగులు పడవద్దు. మీ తరఫున నేను రాజు గారికి సమాధానాలు చెటుతాను. ఆరు మాసాలు గడువు తీసుకోండి " అని బాలుడు చెప్పగానే పురోహితుడు ఎంతో ఆనందించి రాజుగారికి ఈ సంగతిని తెలియజేశాడు.

ఆరు మాసాల గడువు పూర్తి అయింది. సమాధానం చెప్పే రోజు రానే వచ్చింది. రాజుగారి ప్రజలందరికీ దండోరా వేసి సభకు రప్పించారు. ప్రజలందరూ తండోపతండాలుగా తరలి వచ్చారు. అందరూ ఎంతో ఉత్కంత గా ఎదురు చూస్తున్నారు. పురోహితుడికి బదులుగా సమాధానాలు ఒక బాలుడు చెప్పబోతున్నాడని తెలిసి అందరూ ఆ బాలుని కోసం ఆశగా ఎదురు చూస్తున్నారు.

ఇంతలో బాలుడు చిరిగిన నల్లని వస్త్రాలు ధరించి రాజభవనం లోకి ప్రవేశించాడు. ఎత్తయిన సింహాసనం పై కూర్చున్న రాజుని సంబోధించి ఇలా అన్నాడు. ----

" ఓ రాజా ! లోకంలో ఒక సాంప్రదాయం ఉంది. బోధించువాడు గురువు. బోధింపబడువాడు శిష్యుడు. బోధింపబడు గురువు ఉన్నత ఆస్థానంలో కూర్చోవాలి. శిష్యుడు భక్తి భావంతో క్రింద వినయంగా చేతులు కట్టుకొని ఉండాలి. కావున నేను సింహాసనం పై కూర్చంటాను. మీరు క్రింద నిలబడండి. అందుకు మీరు సింహాసనం పై నుండి దిగవలెను " అని అన్నాడు. బాలుని మాటలు సమంజసం గా (Correct) అనిపించి రాజు వెంటనే సింహాసనం నుండి దిగెను. తర్వాత రాజు సమాధానాలు చెప్పమని కోరగా ఆ బాలుడు " మహారాజా ! ఏదైనా శుభకార్యం చేసే ముందు దీపారాధన చేయాలి మరియు దేవునికి పూజ , అభిషేకములకై ఒక గ్లాసులో పాలు పోసి తీసుకుని రండి " అని చెప్పాడు. రాజు అలాగే చేశాడు.

ఇక మొదటి ప్రశ్న

1. దేవుడు ఎక్కడ ఉన్నాడు ?
 బాలుడు -- రాజా ! ఆ పాల పాత్రను పైకెత్తి జాగ్రత్తగా పరిశీలించి దానిలో వెన్న ఎక్కడ ఉందో ముందుగా నాకు చెప్పండి. తర్వాత నేను సమాధానం చెప్తాను " అని చెప్పాడు.

రాజుగారు పాలన పరిశీలించి " పాలల్లో వెన్న అంతటా వ్యాపించి ఉంది. ఎలా చూపిస్తాను " అని అన్నాడు.

బాలుడు

" అలాగే దేవుడు కూడా సర్వదా సమస్త జీవుల యందు వ్యాపించి ఉన్నాడు. అతడు లేని చోటు లేదు " అని అన్నాడు.

రాజు గారు

" గురువర్యా ! చక్కగా వివరించారు. కృతజ్ఞుడను "అనెను.

రెండవ ప్రశ్న
దేవుడు ఏ వైపున చూస్తున్నాడు?

బాలుడు - రాజా ! ఆ ప్రమిదలోని దీపం ఏ వైపుకు చూస్తుందో ముందుగా నాకు చెప్పండి " అని అడిగాడు.

రాజుగారు -- " దీపం అన్ని వైపులకు చూస్తుంది "అనెను.

బాలుడు -- " అలాగే దేవుడు సర్వదిక్కులను చూస్తూ ఉన్నాడు. సమస్త ప్రాణుల హృదయములలో ఆ వెలుగు రూపంలో ఉన్నాడు" అని చెప్పెను.

ఇక మూడవ ప్రశ్న
దేవుడు ఏ పని చేస్తున్నాడు?

బాలుడు సమాధానంగా " రాజా ! దేవుడు చేసే పని ఇప్పుడు కనిపించలేదా? ఒకరిని సింహాసనం నుండి క్రిందకి దించడం, మరొకరిని సింహాసనం పైకి కూర్చుండబెట్టడం ఇదియే దేవుని పని. అంటే ధన గర్వము, అధికార గర్వము ఉన్న వారిని క్రిందికి త్రోయుట. వినయము, విధేయత, భక్తి మరియు శ్రద్ధ ఉన్న వారిని పైకి తెచ్చుట అన్నమాట". ఇదంతా వింటున్న రాజుగారు మరియు సభలోని వారంతా ఆ బాలుడు తెలివితేటలకు ఆశ్చర్యపడి కృతజ్ఞతతో అతనిని సత్కరించారు.

అంతరార్థం

సిరి సంపదలు, పేరు ప్రతిష్ట కన్నా విజ్ఞానం చాలా ముఖ్యమైనది. విజ్ఞానం వినయాన్ని ఇస్తుంది మరియు మనిషిని ఉన్నత స్థానంలో నిలబెడుతుంది. కథలో చూడండి... 'రాజు యొక్క స్థానాన్ని కూడా బీద బాలుడు దక్కించుకున్నాడు. దీనికి కారణం *జ్ఞానం - ఆధ్యాత్మికత*.

చిరిగిన బట్టలలో ఉన్న బాలుడికి ఎంత విజ్ఞానం వుందో చూడండి. అంతటి రాజుకి కూడా అంతుచిక్కని సమాధానాలను చిన్న బాలుడు అవలీలగా చెప్పగలిగాడు.

జ్ఞానానికి వయస్సు తో గాని, ఆకృతితో గానీ సంబంధం ఉండదు. సమాజంలో కొంత మంది చూడడానికి చాలా సహజంగా, అమాయకులుగా కన్పిస్తారు. కానీ వారు ప్రజ్ఞావంతులుగా ఉంటారు. మరి కొంతమంది అన్ని

తెలిసిన వారిలాగా ఉంటారు. కానీ వారికి తెలివితేటలు ఉండకపోవచ్చు. కాబట్టి ఎవరినీ అంత తక్కువగా అంచనా వేయకూడదు.

4. భిన్నాభిప్రాయాలు

అరేబియా దేశంలో ఎడారి ప్రదేశం ఎక్కువగా ఉంటుంది. అందుచేత అక్కడ వస్తువులను ఒక చోటు నుండి మరొకచోటికి చేర్చుటకు గాడిదలను ఎక్కువగా ఉపయోగించేవారు. ఆ దేశంలో మార్కెట్లలో గాడిద వ్యాపారం బాగా సాగుతుండేదట ఆ రోజుల్లో. ఒకనాడు ఒక వృద్ధుడు తన మనవడిని వెంటబెట్టుకొని వారి ఇంటి అవసరాలకు ఒక గాడిదను కొని తెచ్చుటకు తన గ్రామంలోని మార్కెట్ కు వెళ్ళాడు. వారు ఒక గాడిదను ఖరీదు చేసుకొని నడిపించుకుంటూ ఇంటికి తిరిగి వెళుతున్నారు. త్రోవలో కొందరు దానిని చూసి ఆ వృద్ధుడితో ఇలా అన్నారు. - " తాతా... ఎంతో డబ్బు దార బోసి గాడిదని కొనుక్కొని, దానిని ఉపయోగించకుండా ఊరకనే నడిపించుకుని వెళుతున్నావు ఏంటి ? నీవు ముసలివాడు. నీ మనవడు చిన్న వాడు. కాబట్టి ఇద్దరూ గాడిద పైకి ఎక్కి వెళ్ళండి " అని సలహా ఇచ్చారు. వెంటనే ఇద్దరూ గాడిద పై కూర్చుని ప్రయాణం చేస్తున్నారు.

కొంత దూరం వెళ్ళాక మరి కొందరు కనిపించి ఇలా అన్నారు. -- " ఓ వెర్రి వాడా ! చిన్న గాడిద పై ఇద్దరూ కూర్చుంటే దానికి వెళ్ళడం భారం కదా ! కాబట్టి నువ్వు దిగు. పసి పిల్లవాడు ఒక్కడు కూర్చుంటాడు " అని అన్నారు.

ఆ మాటలు నిజమే అనిపించి వృద్ధుడు దిగి, మనవడిని కూర్చుండటెట్టి గాడిద ను నడిపించుకుంటూ వెళ్తున్నాడు.

తర్వాత కొంతసేపటికి మరి కొందరు ఇలా అన్నారు. " తాతా... నువ్వు బలహీనంగా ఉన్నావు. పైగా వృద్ధుడివి.. ఎందుకు నడుస్తున్నావు. బాలుడు చిన్నవాడు కదా.. నడవగలడు. కాబట్టి అతన్ని దింపి నువ్వు కూర్చో " అని సలహా ఇచ్చారు. మరి కొంత మంది దారిలో కనబడి " తాతా ! గాడిద ఇప్పటి వరకు మీ ఇద్దరినీ మోసి ఉంటుంది. పాపం.... మరి మీరు కూడా దాన్ని కొంత సేపు మోయడం న్యాయం, ధర్మం " అని సలహా చెప్పి వెళ్ళిపోయారు. వృద్ధుడు వాళ్ళ మాటలు విని గాడిదని ఒక కర్ర కి వ్రేలాడదీసి ఇద్దరూ దానిని మోసుకొని వెళ్ళసాగారు. ఇంకేముంది త్రోవలో వాళ్ళని చూసి జనాలు పకపకా నవ్వుకున్నారు. ఈ విధంగా అందరి మాటలను విని దానిని అనుసరించినందుకు చివరకు నవ్వుల పాలయ్యారు.

＊అంతరార్థం＊

ఈ ప్రపంచంలో ఒక్కొక్కరి ఆలోచన తీరు వేరు వేరుగా ఉంటాయి. అందరూ వారికి తోచిన సలహాలు వారి వారి విజ్ఞానాన్ని బట్టి ఇస్తూ ఉంటారు. ఈ కథలోని వృద్ధుడిలాగా అందరినీ అనుసరిస్తూ వెళ్ళకుండా వివేకంతో సొంత నిర్ణయం తీసుకోవాలి. అందరినీ మెప్పించడం, సంతృప్తి పరచడం చాలా కష్టం. ప్రతి ఒక్కరి సలహాలకు, సూచనలకు విలువ ఇవ్వాలి కానీ, వాటిని విశ్లేషించి

తీసుకున్న నిర్ణయం తప్పకుండా నీదై ఉండాలి. మనకు తెలియకపోతే ఉన్నతమైన గురువును ఆశ్రయించాలి.

5. దృఢ సంకల్పం

" సంకల్పం గొప్పదైతే సాధించలేనిది లేదు" అని నిరూపించిన ఒక చిన్న పక్షి గురించి తెలుసుకుందాం.

" పూర్వం *'కుళింగ పక్షి'* అను చిన్న పక్షి ఒకటి వుండేదట. (దీనిని సంస్కృతంలో *'టిట్టిభ*' మని పిలుస్తారు). ఇది ఒకనాడు సముద్ర తీరాన గుడ్లు పెట్టి ఎక్కడికో వెళ్ళింది . తిరిగి వచ్చి చూసేసరికి అక్కడ గుడ్లు లేవు. సముద్ర తరంగాలు వాటిని ఈడ్చుకొని పోయినవి. అందుకు ఆ పక్షి ఎంతగానో దుఃఖించింది. ఏ జాతి అయినా మాతృ హృదయం ఒక్కటే కదా.. మిక్కిలి దుఃఖంతో రోదిస్తుంది.

కొంత సేపటికి ధైర్యం తెచ్చుకొని సముద్రం పై ఉన్న కోపం తో " ఈ పాడు సముద్రపు నీటిని నా ముక్కుతో తోడివేసి నా గుడ్లను నేను తెచ్చుకుంటాను. బ్రహ్మ దేవుడు అడ్డు వచ్చినా సరే, ఈ పని జరిగి తీరవలసిందే ? " అని ప్రతిజ్ఞ చేసింది పక్షి.

వెంటనే తన ముక్కుతో ఒక్కక్క నీటి బొట్టుని సముద్రం నుండి పీల్చి బయటకి పుక్కిలించి వేయడం మొదలు పెట్టింది.

ఆ సమయంలో త్రిలోక సంచారి యగు నారదుడు ఆ దారిన వెళుతూ ఆ పక్షి యొక్క విచిత్ర చర్యను గమనించి, ఆశ్చర్యానికి గురై అక్కడే ఉండి చూస్తున్నాడు. కానీ ఆ పక్షి మాత్రం అతని వైపు చూపు కూడా తిప్పలేదు ; సరి కదా.. తన పనిలో తాను నిమగ్నమై ఉంది. కొంతసేపటికి నారదుడు పలకరించి   "ఎందుకు నీటిని పుక్కిలించి ఇంత కష్టపడి బయటకు వేస్తున్నావు " అని ప్రశ్నించాడు.

పక్షి జరిగిందంతా చెప్పింది విచారంగా... అందుకు నారదుడు   "ఓ పిచ్చిదానా ! ఇది అసలు ఎప్పటికైనా సంభవిస్తుందా? నీవు ఎక్కడ ? సముద్రమెక్కడ? ఎన్ని యుగములకైనా నీవు సముద్రపు నీటిని తోడి వేయలేవు. ఇలాంటి అసాధ్యమైన కార్యములను తలపెట్టకు" అని సలహా చెప్పాడు. అందుకు ఆ పక్షి " మహాత్మా! కోటి యుగములైన, భూమి తల క్రిందులైనా, ఏదేమైనా సరే ఈ పనిని మాత్రం నేను విడువను. ఈ దుష్ట సముద్రాన్ని తోడి నా గ్రుడ్లను నేను తిరిగి పొందుతాను. దీనికోసం నిద్ర ఆహారాలు మానైనా సరే శ్రమిస్తాను" అని గట్టి సంకల్పంతో చెప్పింది.

పక్షి యొక్క మాటల విన్న నారదుడికి ఒక్క సారిగా ఒళ్లంతా పులకరించింది. ఆశ్చర్యంతో నారదుడు   " ఆహ్ ! ఎంతటి సాహసము, ఎంతటి ధీరత్వము, ఎంతటి పట్టుదల... నిజంగా ఇలాంటి పట్టుదల మనుష్యు లలో కూడా లేదు. ఈ పక్షి గొప్ప గొప్ప పండితులకు కూడా ఆదర్శం " అని ఆ చిట్టి పక్షి యొక్క *దృఢ సంకల్పానికి* ఆకర్షితుడై నారదుడు తన యొక్క తపః శక్తితో సముద్రాన్ని క్షణకాలం వెనక్కి నెట్టాడు. వెంటనే పక్షి వెళ్ళి తన గ్రుడ్లను

వెనక్కు తెచ్చుకుంది. శాస్త్రమునందు ఈ *" టిట్టిభ "* పక్షి యొక్క పేరు చిరస్థాయిగా నిలిచిపోయింది.

అంతరార్థం - ఈ కథలో టిట్టిభ పక్షి నారదని మాటలు విని అసలు నేనెంత? నేను చేయగలనా ? లాంటి భావనలు రానీయకుండా మనోధైర్యంతో తన పనిని కొనసాగిస్తూనే ఉంది. చివరకు ఫలితాన్ని కూడా పొందింది. అలాగే ప్రతి ఒక్కరూ ప్రతి విద్యార్థి ఏది సాధించాలన్నా వారిలో మనోధైర్యం, ధృడ సంకల్పం, సహనం కలిగి ఉండాలి. ఆత్మవిశ్వాసంతో ప్రయత్నిస్తే భగవంతుడు కూడా ఏదో ఒక మార్గంలో ఖచ్చితంగా మనకు కావలసిందానిని అందజేస్తాడు.

నీవు చేయవలసింది చేస్తే పొందవలసింది పొందుతావు

6. విమర్శ

అనగనగా ఒక ఊరిలో రామయ్య అనే మంచి పనివాడు ఉండేవాడు. అతడు రెండు కుండలను ఒక కట్టెకు కట్టి కొంత దూరంలో ఉన్న చెరువు నుండి తన యజమాని ఇంటికి రోజు మోసుకొని వచ్చేవాడు. ఆ రెండు కుండల్లో ఒకటి చిన్న గా చిల్లు పడి నీరు కారిపోతుంటే, మరొకటి ఒక్క చుక్క కూడా కారకుండా ఉండేది.

ఓ రోజు రామయ్య నీళ్ళు మోసుకుని వస్తున్న సమయంలో చిల్లు కుండను చూసి మంచి కుండ చాలా హేళన చేస్తూ - " ఓ చిల్లు పడిన కుండా ! నీ కంటే నేనే చాలా గొప్పదాన్ని. ఎందుకంటే యజమానికి నిండుగా నీరు అందిస్తున్నాను. కానీ నువ్వు చూడు... సగానికే నీరు అందిస్తున్నావు" అంటూ చులకన చేసి మాట్లాడింది. ఎందుకంటే రామయ్య యజమాని ఇంటికి తీసుకెళ్ళేసరికి చిల్లు పడిన కుండలోని నీరు సగం వరకు కారిపోగా మిగిలిన కుండలో నీరు మాత్రం అలానే ఉండేవి.

దీంతో మంచి కుండ చిల్లు పడిన కుండను హేళన చేస్తూ...గర్వపడుతూ ఉండేది. చిల్లు కుండ మనసులో నేను నిండుగా నీళ్ళు అందించలేక పోతున్నాను అని చాలా బాధపడుతూ ఉండేది.

ఒక రోజు రోజు లాగే రామయ్య చెరువు నుండి నీళ్ళు మోసుకొస్తున్న సమయంలో రామయ్య తో చిల్లు కుండ ఏడుస్తూ ఇలా చెప్పసాగింది. " రామయ్య దయచేసి నన్ను మార్చివేసి వేరే కుండ తెచ్చుకో అని చెప్పింది. దానికి రామయ్య మార్చడం ఎందుకు? "అని అడిగాడు.

అప్పుడు చిల్లు కుండ " ఇన్ని రోజులు నేను సగం నీరే అందించ గలుగుతున్నాను. ఈ చిల్లు నీటిని కారిపోయేలా చేస్తున్నాయి. నావల్ల నీకు అదనపు పని అవుతుంది కదా !" అని అంది. దాని బాధను అర్థం చేసుకున్న రామయ్య " బాధపడకు... ఒక్కసారి నీ వైపు పూసిన అందమైన పూలను చూడు " అని అన్నాడు. కుతూహలంగా ఆ చిల్లు పడిన కుండ తన దారిలో ఉన్న అందమైన పువ్వులను చూసి ఎంతో ఆనంద పడుతూ " పువ్వులు చాలా బాగున్నాయి అంది ".

అందుకు రామయ్య..." కేవలం నీవైపే ఆ పువ్వులు ఉన్నాయి. నాకు కావిడి కి మరోక కుండవైపు లేవు... అది నువ్వ గమనించావా? నేను ఎప్పుడూ నిన్నే ఆ అందమైన పూల మొక్కల వైపు ఉండేలా చేస్తాను. నీ నుండి కారిపోయే నీటిని వాటికి అందేలా చేస్తాను. అంటే నువ్వే వాటికి నీరు పోస్తున్నావన్నమాట. అంతే కాదు ఆ పూలన్నీ దేవుని పూజకు ఉపయోగపడుతున్నాయి. అంటే దీనికి కారణం నువ్వే కదా ! నీవు ఆ చిల్లులతో లేకపోతే దేవునికి అలంకరణ లేదు కదా!... " అని అన్నాడు.

అందుకు ఆ చిల్లు కుండ చాలా ఆనందించి రామయ్యకు కృతజ్ఞతలు తెలిపింది.

ఈ మాటలన్నీ వింటున్న మంచి కుండ పశ్చాత్తాపంతో " నన్ను క్షమించు మిత్రమా! నీ లోపాన్ని ఎత్తి చూపి నిన్ను హేళన చేశాను. నా తప్పు నేను తెలుసుకున్నాను" అంది.

అందుకు రామయ్య - " మీరు ఇద్దరూ ఉంటేనే నాకు పని అవుతుంది. అందుకు మన పని మనం చేసుకుంటూ సంతోషంగా ఉందాం" అని అన్నాడు.

అంతరార్థం -   నిజ జీవితంలో మనుషులు ఎదుటివారి లోపాలను, తప్పులను ఎత్తి చూపి కించపరుస్తూ ఉంటారు. ఎదుటివారిని విమర్శిస్తూ ఆనంద పడుతూ ఉంటారు. అలా విమర్శలు చేసే వారు వారి యొక్క లోపాలను ఎప్పటికీ తెలుసుకోలేరు. విమర్శలు చేసే కంటే పక్కవారి లోపాన్ని గ్రహించి వీలైతే వారికి సహాయపడాలి. ఇంట్లోని వారు లేదా బయటివారు ఏదో అన్నారని ఈ కథలో చిల్లు పడిన కుండ లాగా బాధపడుతూ మనల్ని మనం తక్కువ చేసుకోకూడదు. ఎవరి ప్రత్యేకత వరకు ఉంటుంది. అది తగిన సమయంలో బయట పడుతుంది. అవమానాలకు బాధపడకుండా ఆత్మవిశ్వాసం కలిగి ఉండాలి. ఒక్కోసారి ఎదుటివారి *విమర్శ* కూడా మనకు మంచే చేస్తుంది. అది ఒక ప్రేరణగా పని చేసి పట్టుదలతో మనల్ని మన లక్ష్యాల వైపుగా నడిపిస్తుంది. ఈ సృష్టిలో ప్రతి ఒక్కరిలోనూ ఏదో ఒక ప్రత్యేకత దాగి ఉంటుంది. దాన్ని గుర్తించి ఆ దిశగా ప్రయాణం చేస్తే తప్పకుండా విజయాలను ప్రశంసలను అందుకుంటారు.

7.అదృష్టవంతుడు

వర్షాకాలంలో కొంచెం చీకటి పడుతున్న సమయంలో, పూర్తిగా ప్రయాణికులతో నిండి బాగా రద్దీగా ఉన్న ఒక బస్సు తన గమ్య స్థానానికి అప్పుడే బయలుదేరింది.

అ బస్సు ఒక అడవి గుండా ఘాట్ రోడ్డు వైపు ప్రయాణిస్తుండగా అకస్మాత్తుగా వాతావరణం మారిపోయి భయంకరమైన ఉరుములు మెరుపులతో కూడిన కుండపోత వర్షం ప్రారంభమైంది. ప్రయాణికులు అందరూ చూస్తుండగానే ఒక పిడుగు పెద్ద శబ్దంతో బస్సుకి 50 అడుగుల దూరంలో ఒక చెట్టు మీద పడింది. డ్రైవర్ తన చాకచక్యంతో బస్సు ను ఆపివేశాడు. ఆ చెట్టు కూడా మరో ప్రక్కకు ఉన్న లోయ వైపు తిరగడం వల్ల వీరి మార్గానికి అడ్డు రాలేదు. కొద్దిసేపటి తర్వాత మళ్ళీ బస్సు బయలుదేరింది. ఇంక ప్రయాణికులలో భయం మొదలైంది. అందరూ ఊపిరి బిగబెట్టుకుని కూర్చున్నారు.

ఆ బస్సు రెండు కిలోమీటర్లు వెళ్లిందో లేదో..... మరో మలుపు వద్ద బస్సు కి 40 అడుగుల దూరంలోని మరలా పిడుగు చెట్టు మీద పడింది. డ్రైవర్ మళ్ళీ చాకచక్యంతో నిలిపివేశాడు. ఇలా మూడు సార్లు జరిగింది. మూడో పిడుగు బస్సుకి కొంచెం దగ్గరగా పడింది. ప్రయాణికులలో భయం తారా స్థాయికి చేరుకుంది. అరుపులు ఏడుపులు ప్రారంభమయ్యాయి. వారికి ఏదో కీడు జరుగుతుందేమో అని బెంగ మొదలైంది.

ఆ బస్సులో ఉన్న ఒక పెద్దాయన ఇలా అన్నాడు --"చూడండి... మనందరిలో ఈ రోజు పిడుగు ద్వారా మరణం రాసిపెట్టి ఉన్న వ్యక్తి ఎవరో ఉన్నారు. అతని కర్మ మనకు చుట్టుకుని మనందరం కూడా అతనితో కూడా చావల్సి వస్తుంది.... అందువలన నేను చెప్పింది జాగ్రత్తగా వినండి...

ఈ బస్సులో నుండి ఒక్కొక్క ప్రయాణికుడు క్రిందకి దిగి.... అదిగో ఎదురుగా ఉన్న ఆ చెట్టును ముట్టుకొని మళ్లీ బస్సులో వచ్చి కూర్చోండి. మరణం రాసిపెట్టి ఉన్న వ్యక్తి ఆ చెట్టును ముట్టుకోగానే పిడుగు పడి మరణిస్తాడు. మిగిలిన వాళ్ళం క్షేమంగా వెళ్ళవచ్చు కదా... ఒకరి కోసం అందరూ చస్తారో? అందరి కోసం ఒకరి చస్తారో ? ఆలోచించుకోండి " అని అన్నాడు.

చివరకు అందరూ ఒప్పుకొని ఒక్కొక్కరుగా వెళ్ళి ఆ చెట్టును ముట్టుకొని రావడానికి సిద్ధపడ్డారు. మొదటగా ఆ పెద్దాయన ధైర్యం చేసి భయపడుతూనే వెళ్ళి ఆ చెట్టును ముట్టుకున్నాడు. ఏమీ జరగలేదు. అతడు ఊపిరి పీల్చుకొని క్షేమంగా వచ్చి బస్సులో కూర్చున్నాడు. ఇలా ఒక్కొక్కరూ భయపడుతూనే వెళ్ళి ఆ చెట్టును ముట్టుకొని వచ్చి కూర్చే సాగారు. చివరికి ఒకే ఒక ప్రయాణికుడు మిగిలాడు. ఇక మరణించేది అతడే అని అందరూ పూర్తిగా నిశ్చయించారు.

కొంతమంది అతని పై జాలితో, మరికొందరు కోపంతో చూడ సాగారు. అతడు కూడా చనిపోతానని భయంతో క్రిందికి దిగి చెట్టును ముట్టుకోవడానికి నిరాకరించాడు.

కానీ బస్సులోని వారందరూ " నీ వల్ల మేమందరము మరణించాలా? వీల్లేదు" అంటూ అతన్ని దూషిస్తూ బస్సు నుండి బలవంతంగా క్రిందకు నెట్టారు. ఇక చేసేది లేక ఆ చివరి వ్యక్తి వెళ్ళి చెట్టును

ముట్టుకున్నాడు. వెంటనే పెద్ద మెరుపులతో పిడుగు వచ్చి కొట్టింది. తర్వాత భయంకరమైన శబ్దం వచ్చింది. అతడు గట్టిగా కళ్ళు మూసుకుని దైవ ప్రార్థనలో మునిగిపోయాడు. కానీ ఇప్పుడు వచ్చి కొట్టింది ఆ వ్యక్తి పై కాదు... ఆ బస్సు పై.... అవును బస్సు పిడుగు పడి అందులో ఉన్న ప్రయాణికులు అందరూ మరణించారు.

అంతరార్థం -- నిజానికి చివరి వ్యక్తి అదృష్టవంతుడు. ఆ బస్సులో ఉండడం వల్లనే అంతవరకు ఆ బస్సుకు ప్రమాదం జరగలేదు అన్న సత్యాన్ని గ్రహించలేక బస్సులో ఉన్నవారు వారి వారి స్వార్థం వల్ల అందరూ మరణించారు. ఇంతసేపు ఆ చివరి వ్యక్తి వారిలో కలిసి ఉండడం వల్ల అతని పుణ్యఫలం, దీర్ఘాయుష్షు మిగిలిన వారందరినీ కాపాడింది. అందుకే అతడు బస్సు దిగిన వెంటనే అందరూ మరణించారు.

ఈ కథలో అలాగే మన జీవితంలో సాధించిన విజయాలలో గానీ, ఆపదలు నుండి రక్షింపబడిన సందర్భాలలో గాని ఆ గొప్పతనం అంతా మనదే అనుకుంటాం. కానీ ఆ పుణ్యఫలం కావచ్చు. మన తల్లిదండ్రుల ఆశీర్వాదం కావచ్చు. తోబుట్టువులు, మన మంచిని కోరే వారిదెవరిదైనా కావచ్చు. మనం ఈరోజు ఇలా ఉన్నామంటే అది మన ఒక్కరి కృషి ఫలితమే కాదు. ఎంతోమంది ఆశీర్వాద బలం, వారు వారి అదృష్టాన్ని పంచడం కూడా కారణమై ఉండవచ్చు. *కాబట్టి అందరూ బాగుండాలి అందులో మనం ఉండాలి*.

ఒకనాడు గౌతమ బుద్ధుడు తన శిష్యులతో అడవి మార్గం గుండా నడుస్తూ, మార్గమధ్యంలో ఒక చెట్టు నీడలో విశ్రాంతి తీసుకొనుటకు కుర్చున్నారు. కొంత సేపటికి బుద్ధుడు తన తన శిష్యునకు త్రాగుటకు మంచి నీటిని తీసుకురమ్మని ఆదేశించాడు. శిష్యుడు ప్రక్కనే ఉన్న నది వద్దకు బయలుదేరాడు. ఇంతలో ఆ నది మీదుగా ఒక ఎడ్ల బండి వెళుతుంది. అది చూసి ఎడ్ల బండి వెళ్ళిన తర్వాత నీటిని తీసుకెళ్ళడానికి నది దగ్గరకు వచ్చాడు శిష్యుడు. అప్పుడే ఆ బండి వెళ్ళడం వల్ల నీరంతా బురదగా , అస్తవ్యస్తంగా తయారైంది. శిష్యుడు అది చూసి "ఇలాంటి నీరు త్రాగుటకు పనికిరాదు " అనుకొని వెనుతిరిగి వెళ్ళిపోయాడు. బుద్ధుని వద్దకు వచ్చి జరిగినది చెప్పాడు.

గౌతమ బుద్ధుడు అంతా విని సరేనని విశ్రాంతిగా కూర్చున్నాడు. తరువాత కొంత సేపటికి ఆ శిష్యుడిని పిలిచి "ఇప్పుడు వెళ్ళి తీసుకు రా ! నీరు త్రాగుటకు వీలుగా వుంటుంది " అని చెప్పి పంపాడు. బుద్ధుడు చెప్పిన విధంగానే అక్కడ నీరు చక్కగా తెల్లగా మారింది. శిష్యుడు నీటిని తీసుకొని తన గురువుగారికి అందిస్తూ " గురువర్యా ! మీరు బాగుంటుందని మీకు ముందుగానే తెలుసా " అని అడిగాడు.

అందుకు గౌతమ బుద్ధుడు - " అలజడి చెంది అస్తవ్యస్తంగా ఉన్న నీటిని కొంతసేపు అలా వదిలేస్తే బురద మట్టి అంతా అడుగున చేరి, నీరంతా తేట తెల్లగా అవుతుంది " అని సెలవిచ్చారు.

అంతరార్థం -   పైన కథలో నీరు లాగానే మన మనసు కూడా…. మనకు ఎప్పుడైనా బాధ కలిగిన, కష్టం వచ్చినా మన మనస్సు అంతా అనవసరపు ఆలోచనలతో నిండి అలజడిగా, అస్తవ్యస్తంగా అవుతుంది. అలాంటి సమయంలో మనం సరియైన నిర్ణయాలు తీసుకోలేము మరియు అశాంతిగా ఉంటాము. అలాంటి సమయంలో మన మనస్సును కొంతసేపు ఊరకనే వదిలిపెట్టాలి. అంటే ధ్యానం చేయడం లేదా మంచి సంగీతం వినడం లాంటివి చేసినప్పుడు మన మనసు మళ్ళీ *శాంతి స్థితికి* చేరుకుంటుంది . శాంతి స్థితిలో మనం ఏ పని చేసినా సత్ ఫలితాలను అందజేస్తుంది. సరైన నిర్ణయాలు తీసుకోగలము.ప్రశాంతమైన మనసు మాత్రమే మంచి ఆలోచనలు చేయగలదు.

పూర్వం రాము అనే చిన్న బాలుడు అడవిలో ఒక మామిడి చెట్టు కింద నివసిస్తూ ఉండేవాడు. కొన్ని రోజులకు మామిడి చెట్టు రోజు ఆ బాలుడు చెట్టు వద్దనే ఉండడం చూసి సంతోషించి " బాబు రోజు ఇక్కడే ఉండు. నా కొమ్మలపై కూర్చొని ఆడుకో " అని చెబుతుంది. రాము కూడా ఆ చెట్టు వద్దనే ఆడుకుంటూ అక్కడే నిద్రపోయేవాడు. ఆ మామిడి చెట్టు కూడా చాలా ఆనందపడేది. రోజులు గడుస్తున్న కొద్ది రాము కొంచెం పెద్దవాడు అయ్యాడు. ఇప్పుడు రాము చెట్టుతో ఆడుకోవడం లేదు.

కొన్ని రోజులకు రాము మళ్ళీ నడుస్తూ నడుస్తూ చెట్టు వద్దకు వెళ్ళాడు. చాలా దుఃఖంగా కూడా ఉన్నాడు. రాముని చూడగానే చెట్టు -- " రా రాము నువ్వు నాతో ఆడుకో " అంటుంది ప్రేమతో....

రాము -- " నేను ఇప్పుడు చిన్న పిల్లవాడిని కాదు.. నీతో ఆడుకోవడానికి. నాకు ఇష్టమైన బొమ్మలు కావాలి. బొమ్మలు కావాలి అంటే డబ్బులు అవసరం " అన్నాడు.

చెట్టు - " క్షమించు నాన్న... నా దగ్గర డబ్బు లేదు కానీ మామిడిపళ్ళు ఉన్నాయి కదా ! వాటిని బజారుకు తీసుకెళ్ళి డబ్బులు సంపాదించవచ్చు "అంది.

అందుకు రాము ఆనందంగా పళ్ళని కోసుకొని వెళ్ళిపోయాడు. కానీ చాలా రోజుల వరకు మళ్ళీ తిరిగి రాలేదు. పాపం... చెట్టు రాము కోసం ఎదురు చూస్తూనే ఉండేది.

కొన్నాళ్ళకు మళ్ళీ రాము యువకుడిగా తిరిగి చెట్టు వద్దకు వచ్చాడు. చెట్టు -" రా బాబు నాతో ఆడుకో " అంటుంది ప్రేమగా...

 రాము - " నాకు ఇప్పుడు టైం లేదు.. నీతో ఆడుకోవడానికి... నా కుటుంబాన్ని పోషించాలి. నాకు ఒక ఇల్లు కావాలి. నువ్వు సహాయం చేయగలవా?" అని అడిగాడు.

చెట్టు -- " నా దగ్గర ఏముంది బాబు.... నా కొమ్మలు ఉన్నాయి. వాటిని తీసుకొని ఇల్లు నిర్మించుకో... " అంది.

అది వింటూనే రాము చెట్టుకొమ్మలు అన్నిటినీ కొట్టేశాడు. వాటిని తనతో తీసుకొని వెళ్ళిపోయాడు. చెట్టు.... కొమ్మలు విరిగిపోయినా సంతోషంగానే ఉంది. తర్వాత రాము మళ్ళీ రాలేదు. చాలా బాధపడింది పాపం ఆ చెట్టు....

కొన్నేళ్ళ తర్వాత ఓ వేసవిలో రాము తిరిగి చెట్టు వద్దకు వచ్చాడు. మళ్ళీ చెట్టు ఎప్పటిలాగే సంతోషంతో " రా బాబు నాతో ఉండు " అని అంది.

రాము - " ఇప్పుడు నేను ముసలివాడను నీతో ఆడుకోలేను. ఈ వయసులో నేను హాయిగా గడపడానికి నౌకయానం చేయాలి. అందుకు నాకు నువ్వు నౌక ను ఇవ్వగలవా? అని అడిగాడు.
చెట్టు " నా కాండం మిగిలి ఉంది. దాన్ని తీసుకో. దానితో నౌకను తయారు చేసుకోవచ్చు" అని బదులిచ్చింది. వెంటనే రాము కాండాన్ని కూడా నరికి తీసుకువెళ్లి నౌకను తయారు చేసుకుని నౌకాయానానికి వెళ్లిపోయాడు. తర్వాత చాలా సంవత్సరాలు రాలేదు.

బాగా పండిన ముసలితనంలో ఒక రోజు చెట్టు వద్దకు వస్తాడు. రాముని చూడగానే చెట్టు " ఇంక నా దగ్గర ఇవ్వడానికి ఏమీ లేదు" అని ఏడవ సాగింది. అందుకు రాము " నాకు ఇంకేమీ వద్దు. నేను కనీసం నడవలేక పోతున్నాను. ఏమీ తినలేను కూడా... నీ దగ్గర కూర్చుంటాను" అని అన్నాడు. చెట్టు " రా బాబు కూర్చో... నా వేర్లు (మొదలు) వద్ద విశ్రాంతి తీసుకోవడానికి అణువుగా

టాగుంటుంది " అని అంది. రాము చెట్టు వద్ద విశ్రాంతిగా కూర్చుంటాడు. పాపం చెట్టు ఇప్పుడైనా నా వద్ద గడుపుతున్నాడని ఆనందంతో ఏడవ సాగింది.

అంతరార్థం - కథలో చెట్టు రాము ఏది అడిగితే అది ఇస్తూనే ఉంది. చివరికి తన కాండంతో సహా ఇచ్చి వేసింది. తిరిగి రాము నుండి ఏదీ ఆశించలేదు. దీనినే స్వచ్ఛమైన ప్రేమ (Unconditional Love) అంటారు. నిజంగానే చెట్లు, ప్రకృతి మరియు మన తల్లిదండ్రులు మనకు స్వచ్ఛమైన ప్రేమను అందిస్తారు. చెట్లు మనకు నీడ నీ, పండ్లను, పూలను, ఆక్సిజన్ ని, కట్టెలను మరియు ఎన్నో ఔషధాలను నిరంతరము ఇస్తూనే ఉంటాయి. కానీ తిరిగి ఏమీ ఆశించవు. ఇది *త్యాగం* అంటే....

త్యాగం అంటే మన తల్లిదండ్రులు కూడా మనకు గుర్తొస్తారు. ఎందుకంటే ప్రేమించడంలో వారిని మించిన వారు ఉండరు ఈ లోకంలో. వారు కూడా నిరంతరము మనకోసం పరితపిస్తారు. కనీస బాధ్యతగా మనం వారిని గౌరవించి కాపాడుకోవాలి. అప్పుడప్పుడు వీలు చూసుకుని వారితో సమయాన్ని గడపాలి. వృద్ధాప్యంలో వారు కోరుకునేది కేవలం తోడు మాత్రమే. మనం వారికి ఎన్ని సౌకర్యాలు కలుగజేసినా వారితో మనసారా మాట్లాడే వారు లేకపోతే వారు ఎంతో బాధపడతారు. కథలో చెట్టు కూడా రాము వచ్చినప్పుడల్లా ఆనందంతో పొంగు పోయేది.   కానీ రాము తన స్వార్థాన్ని చూసుకున్నాడు తప్ప చెట్టుకి సంతోషాన్ని కలిగించ లేకపోయాడు.

10. అసంతృప్తి

ఒక పెద్ద మఱ్ఱి చెట్టుపై ఒక కాకి నివశిస్తూ వుండేది. ఒక రోజు హఠాత్తుగా ఏమైందో గానీ, బాగా ఏడవడం మొదలు పెట్టింది. ఆ చెట్టు క్రిందనే ఒక మహర్షి కూర్చొని వున్నారు. ఆ రోదన విని ఆయన తల పైకెత్తి చూడగానే ఏడుస్తూ కాకి కనబడింది. ఆ మహర్షి కాకిని " ఎందుకు ఏడుస్తున్నావని" అడిగాడు.

కాకి -" ఓ పండితోత్తమా! నన్ను ఇష్టపడే వారు ఎవరూ లేరు. నేను నల్లగా ఉంటానని ఎవరూ నాపై ప్రేమ చూపించరు. పైగా అసహ్యపడతారు. అందుకే నాకీ జీవితం వద్దు" అని ఏడుస్తూ చెప్పింది .

మహర్షి సముదాయించినా కాకి ఏడుస్తూనే ఉంది. చివరికి ఆ మహర్షి " నీకు ఏమి కావాలో కోరుకో " అని అన్నాడు.

కాకి " నాకు ఈ జన్మ వద్దు... వేరే అందమైన పక్షి లాగ మార్చమని " మహర్షి ని వేడుకుంది.

మహర్షి " అయితే నువ్వు ఒక సారి బాగా ఆలోచించి చెప్పు. నువ్వు ఏ పక్షిగా కుంటున్నావో వెంటనే నిన్ను నా మంత్ర శక్తితో ఆ విధం గా మార్చేస్తాను ". అని వాగ్దానం చేశాడు. కాకి మిక్కిలి ఆనందంతో ఎగురుకుంటూ " అసలు ఈ ప్రపంచంలో ఆనందంగా హాయిగా ఏ పక్షి జీవిస్తుందో తెలుసుకుని అప్పుడు మహర్షి వరమీయమంటాను " అనుకుని వెళ్ళుంది.

మొదటగా కాకి *హంస* వద్దకు వెళ్ళి ఇలా అంటుంది.

"ఓ హంసా ... నువ్వు తెల్లగా ఎంతో అందంగా ఉంటావు. అందరూ నిన్ను ఇష్టపడతారు. అందరికంటే నువ్వే ఆనందంగా జీవించే పక్షివి కదా ? " అని అడిగింది.

హంస - నేనే మీ ఆనందంగా లేను. ఈ విశ్వంలో ఎన్నో అందమైన రంగులు పున్నా, భగవంతుడు నాకు కేవలం ఒక తెలుపు రంగునే ఇచ్చాడు. అందుకు నేను చాలా బాధ పడతాను. నాకు తెలిసి రామచిలుక అందం గా ఆనందంగా ఉంటుంది " అని బదులిచ్చింది.

కాకి వెంటనే రామచిలక వద్దకు వెళ్ళి " ఓ అందమైన రామచిలుకా.... ఈ సృష్టిలో నీ అంత అందంగా, ఆనందంగా ఇంకెవరూ లేరు కదా... మరి నువ్వు ఏమంటావు ? అని అడిగింది.

రామచిలుక -" అందరూ అలాగే అనుకుంటారు. నాదేమీ ఆనందం... ఎప్పుడు పంజరంలో నన్ను బంధిస్తారు. ఎప్పుడూ నన్ను ఎవరు పట్టుకొని బంధించేస్తారో.... అని భయపడుతూనే ఉంటాను. ఈ సృష్టిలో నెమలి చాలా అందంగా ఆనందంగా ఉంటుందని నా అభిప్రాయం" అని చెప్పింది. వెంటనే కాకి నెమలి వద్దకు చేరుకుంటుంది. కాకి " నువ్వు చాలా అందంగా ఉంటావు. అందమైన జీవితం నీది. నిన్ను చూడడానికి కొన్ని వందల మంది రోజు వస్తూ ఉంటారు. నీతో ఆనందంగా గడుపుతారు కదా... " అని అడిగింది.

అందుకు *నెమలి* నిట్టూర్పుగా " నేను అందంగా ఉన్నానని ఆనందపడతాను. కానీ, ఆ అందం వల్లే నన్ను ఇక్కడ బంధించారు కదా!... పైగా అందరూ నా అందమైన నెమలి కన్నులను తెంచి, అందమైన వస్తువులను తయారు చేసుకుంటారు. అది నన్ను ఎంతగానో బాధ పెడుతుంది. అది ఎవ్వరికీ అర్థం కాదు " అని చెప్పింది.

ఇదంతా విన్న కాకి చాలా ఆశ్చర్యంగా " అయ్యో! మరి నీ దృష్టిలో ఎవరు చాలా అందంగా జీవిస్తున్నట్లు? "అని అడిగింది.
 నెమలి -" నాకు తెలిసినంతవరకు నువ్వే ఆనందంగా జీవిస్తున్నట్లు " అని చెప్పింది. కాకి ఆశ్చర్యంగా " నేనా? " అంది.
 నెమలి - " అవును నువ్వే " నిన్ను ఎవరు బంధించరు. స్వేచ్చగా విహరిస్తావు. పైగా మనుషులు కర్మ కాండ కార్యక్రమాలలో ప్రత్యేకంగా నీకోసం ఎదురు చూస్తారు కూడా... " అని చెప్పింది.

దీంతో కాకి మిక్కిలి ఆనందంతో మహర్షి దగ్గరికి వచ్చి " నేను ఎవరి లాగా మారను. నేను నాలాగే ఉంటాను. నాకున్న దానితోనే సంతృప్తిగా ఉంటాను " అని సంతోషంగా చెప్పింది.

 అంతరార్థం - మన నిత్యజీవితంలో కూడా మనం అందరితో పోల్చుకుంటూ, మనకు లేని దానికోసం ఆరాటపడుతూ *అసంతృప్తితో* జీవిస్తాము. ఈ కథలో ప్రతి పక్షి కూడా సంతోషంగా లేవనే చెప్పాయి. అవి అంత అందంగా ఉన్నా సరే... ఏవో లేని వాటిని తలుచుకొని అసంతృప్తితో నిరాశగా జీవిస్తున్నాయి.

దీనిని బట్టి తెలుసుకోవాల్సింది ఏంటంటే -- సమస్యలు అనేవి ప్రతి ఒక్కరికి ఉంటాయి. అందరూ ఏదో ఒక సమస్యతో లో లోపల బాధపడుతూనే ఉంటారు. కాబట్టి సమస్యలు మనకే ఉన్నాయి.... ఆనందం లేదనీ.... అందరూ బాగున్నారనీ... ప్రక్క వారితో పోల్చుకొని బాధపడకంటే మనకున్న మంచి విషయాలను గుర్తించి సంతృప్తి పడితే ఎల్లప్పుడూ ఆనందంగా హాయిగా జీవిస్తాము. ఆనందం మనలోనే ఉంటుంది. మన ఆలోచన విధానంలోనే ఉంటుంది.

11. మనస్సు

పూర్వం ఒక గ్రామంలో రైతు ఉండేవాడు. అతడు శ్రీమంతుడు. అతని వంశస్తులందరూ పెద్ద భూస్వాములు. నిరంతరం అతని క్రింద చాలా పనివాళ్ళు పని చేస్తూ వుంటారు. అంతటి ధనవంతులు. ఆ చుట్టు ప్రక్కల ఎవ్వరూ లేరు. ఇన్ని సంపదలతో ఉన్నప్పటికీ మనశ్శాంతి లేదు మనశ్శాంతి లేదు. పనులతో రోజంతా మునిగిపోవడం వల్ల అతడికి కొంచెం కూడా విశ్రాంతి ఉండేది కాదు. ఇంకా కొన్ని వందల ఎకరాల భూమి సేద్యము జరగవలసి ఉండేది. నమ్మకమైన మనుషుల సహాయం లేక తానే అన్ని పనులు స్వయంగా చూడవలసి వచ్చేది. ఇలాంటి స్థితిలో రైతు భగవంతుడికి ప్రార్థనలు, వ్రతాలు, పూజలు చేయడం ప్రారంభించాడు.

కొంత కాలానికి బ్రహ్మ దేవుడు ప్రత్యక్షమై ఏదైనా వరం కోరుకోమని ఆజ్ఞాపించాడు. వెంటనే రైతు బ్రహ్మదేవుడితో ఇలా చెప్పాడు.

" మహాత్మా ! నేను ఒక ప్రత్యేక మైన ఉద్దేశ్యంతో నిన్ను ప్రార్థించాను. నాకున్న లెక్కలేనన్ని పనులతో నాకు విసుగు పడుతుంది. ఎవరైనా వీటిని నిర్వర్తించిన గానీ లేదా సహాయ పడినా నేను వారిని ఆదరిస్తాను. ఇదియే నా కోరిక " అని వేడుకున్నాడు.

వెంటనే బ్రహ్మ దేవుడు " తథాస్తు " అని " నీ పమలన్నీ క్షణాల్లో నెరవేర్చగల సామర్థ్యం ఉన్న వ్యక్తిని నీ వద్దకు పంపిస్తాను. కానీ అతడొక రాక్షసుడు. అతడికి ఎప్పుడూ ఏదో ఒక పనిని నీవు ఇస్తూనే ఉండాలి . ఎన్ని పనులైనా అతడు చేయగలడు. కానీ అతనిని ఖాళీ గా (ఊరకనే) ఉంచావో అతడు నిన్ను తినేస్తాడు. జాగ్రత్త సుమా..!" అని ఒక షరతు పై ఆ రాక్షసుడిని అప్పజెప్పాడు.

అందుకు ఆ రైతు ఆనందపడి " దేవా ! నేను అతడిని ఖాళీ గా వుంచను. నాకు వేల కొలది పనులు మిగిలి వున్నాయి. వాటిని చేయిస్తాను . నాకు ఇప్పించండి " అని అభ్యర్థించాడు. బ్రహ్మదేవుడు "తథాస్తు" అని మాయమయ్యాడు.

తక్షణమే రాక్షసుడు ప్రత్యక్షమై " పని ఇవ్వు " భీకర స్వరంతో అడిగాడు.

రైతు - " ఓయి నాకున్న 300 ఎకరాల పొలమును నాలుగు సార్లు చక్కగా దున్ను " అని ఆజ్ఞాపించాడు. ఆ వాక్యాలు విన్న రాక్షసుడు ఆ పొలాన్ని ఒక్క అరగంటలో దున్ని వేసి తిరిగి వచ్చి " పని ఇవ్వు " అని గద్దించాడు.

రైతు - " ఓయి ! పది అంతస్తులు గల దివ్యమైన భవనము ఒక దాన్ని నిర్మించి రా " అని ఆదేశిస్తాడు.

ఆ పని రాక్షసుడు ఒక్క గంటలో ఆ భవన నిర్మాణాన్ని చేసి రైతుతో " పని ఇవ్వు " అని గట్టిగా అడుగుతాడు. రైతు ఆశ్చర్యపోయి పనుల లిస్టు చూసి మూడవ పని అప్పచెప్తాడు. అది కూడా ఒక ఘడియలో ముగించి తిరిగి వచ్చాడు.

ఈ ప్రకారం ఒక వారం రోజులలో రైతు యొక్క సమస్త పనులను పూర్తి చేసేశాడు ఇంక చెప్పడానికి పనులు ఏమీ లేవు. దీంతో రైతుకు భయం మొదలైంది. వెంటనే ఊరు వెలుపుల వున్న గురువు వద్దకు పరిగెత్తుకు వెళ్లి సాష్టాంగ నమస్కారం చేసి, అంతా వివరించి తనను కాపాడమని వేడుకున్నాడు. వెంటనే గురువుగా రైతు చెవిలో ఏదో రహస్యం చెప్పి, ధైర్యం చెప్పి పంపించాడు.

రైతు ఇంటికి రాగానే రాక్షసుడు అడ్డు పడి " పని ఇవ్వు...లేదంటే నేను తినేస్తాను " అన్నాడు. రైతు రాక్షసుడిని ఊరి వెలుపలకు తీసుకెళ్లి , అక్కడ గల ఒక పెద్ద తాటి చెట్టును చూపించి దానిని ఎక్కమన్నాడు. రాక్షసుడు క్షణంలో ఎక్కేసాడు. ఎక్కి " పని ఇవ్వు " అని అరిచాడు. చెట్టు పైనుండి దిగు ఇదే నీ పని... అని రైతు చెప్పాడు. రాక్షసుడు చెట్టు పై నుండి దిగి మళ్ళీ " పనీ... " అని అరుస్తాడు. మళ్ళీ రైతు " మళ్ళీ చెట్టు పైకి ఎక్కు " అని చెప్పి - " ఓ రాక్షసుడా...!జాగ్రత్తగా విను. ఇకపై నన్ను పదే పదే పనీ పనీ... అని

అడగవద్దు. పైకి ఎక్కు, మరలా దిగు ఇదే నీ పని "అని శాసించాడు రైతు. తర్వాత కొన్ని గంటలకు అదే పని చేస్తూ చేస్తూ మాయమైపోయాడు.

∗అంతరార్థం∗ - ఈ కథలోని రాక్షసుడు వంటిదే మన మనస్సు కూడా. దానిని ఊరకనే ఖాళీగా ఉంచితే లేనిపోని చెడు ఆలోచనలతో, చెడు సంకల్పాలతో మనిషి జీవితాన్ని నాశనం చేస్తుంది. అందుకే మనసును ఊరకనే ఉంచక, ఏదైనా ఆధ్యాత్మిక కార్యక్రమాలలో గానీ, పుస్తక పఠనంతో గానీ, సామాజిక సేవా కార్యక్రమాలలో గానీ, ఏకాగ్రతతో చేసే ధ్యానంలో గానీ ఉంచి పవిత్రంగా తయారు చేసుకోవాలి. దీని వల్ల మనకు వచ్చే చెడు ఆలోచనలు, కథలో రాక్షసుడు వలే కొన్నాళ్లకు మాయమవుతాయి. సజ్జన సాంగత్యం వల్ల మనసు మంచి భావాలతో నిండి ఉంటుంది.

చూడండి... ధ్యానంలో కూడా మనం ఏకాగ్రతతో శ్వాసను మాత్రమే గమనిస్తూ ఉండడం వల్ల కొద్దిసేపటికే ఆలోచనలు (రాక్షసుడి లాగా) మాయం అవుతాయి. అంటే మనం మన మనసుకు ∗శ్వాస మీద ధ్యాస∗ అనే పనిని అప్పగించాము. అందువల్ల అది నిరంతరము అదే పనిని పదే పదే చేయడం వల్ల (తాటి చెట్టు పైకి ఎక్కి దిగే పని లాగా) మన ఆలోచనలు అంతరిస్తాయి. మనస్సు శూన్య స్థితికి (ప్రశాంత స్థితికి) చేరుకుంటుంది. ధ్యానం చేయడం వల్ల మనస్సు ప్రశాంతంగా ఉండటమే కాకుండా మనస్సు మన ఆధీనంలో ఉంటుంది.

ఒకసారి ఒక వ్యక్తి దేవుడిని అడిగాడట. " భగవంతుడా ! నా జీవితం విలువ ఎంతో తెలుపగలవా? అని... అప్పుడు భగవంతుడు అతడి చేతికి ఒక రాయిని ఇచ్చి, " ఈ రాయి విలువెంతో తెలుసుకొని రా.... కానీ దీనిని అమ్మకూడదు " అని చెప్పి పంపించాడు.

ఆ వ్యక్తి ఒక పండ్లు వ్యాపారి దగ్గరకు వెళ్ళి రాయిని చూపిస్తూ "ఇదిగో దీని విలువ ఎంత ఉంటుందో " చెప్పమని అడిగాడు. " అయ్యా ! ఈ రాయికి నేను అయిదు పండ్లు ఇస్తాను అమ్ముతావా ? " అని అడిగాడు.

కానీ భగవంతుడు కేవలం ఈ రాయి విలువను మాత్రమే తెలుసుకోమన్నాడు. అందుకని పండ్ల వ్యాపారి దగ్గర నుండి వెళ్ళిపోయాడు .

ఆ తర్వాత ఒక కూరగాయల వ్యాపారి దగ్గరకు వెళ్ళి రాయిని చూపించి " ఏమయ్యా ! దీని విలువ ఎంత ఉంటుందో చెప్పగలవా " అని అడిగాడు. ఆ వ్యాపారి రాయిని చూసి, " ఈ రాయికి నేను 10 కేజీల కాయగూరలు ఇస్తాను. నాకు అమ్ముతావా ? " అని అడిగాడు. ఆ వ్యక్తి " అమ్మడానికి కుదరదు " అని అక్కడ నుండి వెళ్లిపోయాడు.

ఆ తర్వాత ఒక బంగారు నగల వ్యాపారి దగ్గరకు రాయిని తీసుకెళ్లి " దీని విలువ ఎంత ఉంటుంది " అని అడిగాడు.

ఆ నగల వ్యాపారి - రాయిని చూసి ఆశ్చర్యపోయి " నేను 50 లక్షలు ఇస్తాను... నాకు అమ్ముతావా? అని అడుగుతాడు. అయితే రాయిని అమ్మ కూడదు అని భగవంతుడు చెప్పాడు కదా ! అందుకు వెంటనే వెళ్లి పోవడానికి బయలుదేరుతుండగా మరలా నగల వ్యాపారి " మూడు కోట్లు ఇస్తాను నాకు ఇచ్చేయ్.. " అన్నాడు. ఆ వ్యక్తి కి కొంచెం మనసులో ఆశ కలిగింది. కానీ అమ్మకూడదు అని అనుకుంటూ అక్కడ నుండి వెళ్లిపోయాడు.

తర్వాత ఒక వజ్రాల వ్యాపారి దగ్గరికి వెళ్లి రాయి విలువని అడిగాడు. ఆ వజ్రాల వ్యాపారి - " అరే ! ఎక్కడిది నీకు ఇంతటి విలువైన రాయి? నేను నా ఆస్తిని, చివరకు నన్ను నేను అమ్ముకున్నా మీ దగ్గర నుండి ఈ సంపదను కొనటం నావల్ల కాదు. చివరికి ఈ ప్రపంచం మొత్తం అమ్మినా దీని విలువకు సరిపోదు " అని చెప్పాడు.

ఆ మాటలు వినగానే ఆ వ్యక్తికి ఏం మాట్లాడాలో తెలియలేదు. వెంటనే ఆ రాయి ని తీసుకొని భగవంతుడి వద్దకు తిరిగి వచ్చాడు. అప్పుడు భగవంతుడు ఆ వ్యక్తితో

" ఓ మనిషి ! నీ జీవితం విలువ ఎంత ? అని అడిగావు కదా....!

ఈ రాయిని నువ్వు పండ్ల వ్యాపారికి, కూరగాయల వ్యాపారికి, బంగారు నగల వ్యాపారికి చూపించినప్పుడు, వాళ్ళు ఇచ్చిన విలువను చూసావు కదా...!

ఆ విలువ.... వారి స్థాయిని బట్టి వారు నిర్ణయించారు. కానీ నిజంగా ఈ రాయి విలువ తెలిసిన వజ్రాల వ్యాపారి మాత్రము దీని అసలు విలువను కూడా చెప్పలేకపోయాడు.

నువ్వు కూడా వెలకట్టలేని ఈ రాయి లాంటి వాడివే. నీ జీవితం కూడా వెలకట్టలేనిది... కానీ మనుషులు వారి వారి స్థాయిని బట్టి నీ జీవితానికి వెల కడతారు. నువ్వు వారికి ఉపయోగపడే విధానాన్ని బట్టి వెల కడతారు అంతే.... అదే వారి స్థాయి. కానీ నువ్వు వెలకట్టలేని అమూల్యమైన నిధివి. నీ విలువ నీదే. ఎందరిలో ఉన్న నీవు ప్రత్యేకమే ".

13. ప్రయత్నం

గురుకులంలో పాఠశాల విద్యను పూర్తి చేసుకుని విద్యార్థులు అందరూ గ్రామానికి బయలుదేరారు. అడవి గుండా వెళుతూ మార్గమధ్యలో దాహం తీర్చుకోవడానికి ఒక నది దగ్గర ఆగి, అక్కడ నీరు త్రాగి సేద తీర్చుకున్నారు. ముగ్గురు స్నేహితులు స్నానానికి నదిలోకి దిగి మళ్ళీ తిరిగి రాలేకపోతున్నారు. నీటి ప్రవాహం ఎక్కువగా ఉండుట వలన పైకి రావడం కష్టమైంది. ఒడ్డున ఉన్న విద్యార్థులు గట్టిగా కేకలు వేస్తూ ఆందోళన చెందుతున్నారు. సహాయం చేయడానికి ప్రయత్నిస్తున్నారు కానీ ఫలితం లేదు.

పరిస్థితిని గమనిస్తున్న ఒడ్డున ఉన్నవారు" ఇంక మీరు బయటికి రాలేరు. నీరు చాలా వేగంగా ప్రవహిస్తుంది. ఒక్కొక్కరూ మునిగిపోతారేమో "భయంగా ఉంది" అంటూ వేదన చెందుతూ మాట్లాడుతున్నారు.

ఈ మాటలకు నీటిలో ఉన్న వారు చాలా భయపడ్డారు. నిరుత్సాహంతో ఇద్దరు విద్యార్థులు ఆశను కోల్పోయి, అప్పటి వరకు చేసే ప్రయత్నాన్ని కూడా ఆపేశారు. ఒక విద్యార్థి మాత్రం నిరంతరం బయటికి రావడానికి ప్రయత్నం చేస్తూ ఉన్నాడు.

కొంతసేపటికి ఆ ఇద్దరు విద్యార్థులు నీటి ప్రవాహానికి కొట్టుకొనిపోయారు. మిగిలిన ఆ ఒక్క విద్యార్థి మాత్రం ఎంతో కష్టపడి ఒడ్డు కి రావడానికి ప్రయత్నం

చేస్తూనే ఉన్నాడు ఆశ వదులుకోకుండా... ఇంతలో దారిన వెళుతున్న బాటసారులు అతడిని చూసి రక్షించి ఒడ్డుకు చేరుస్తారు.

అప్పుడు విద్యార్థులు అందరూ అతని వద్దకు చేరి " నీవు నిజంగా చాలా ధైర్యవంతుడవు, అదృష్టవంతుడివి రా.... కనుకనే బయటికి రాగలిగావు. లేకుంటే ఎలా వీలుపడుతుంది? అని చెప్పుకుంటున్నారు.

నిజానికి ఒడ్డుకు చేరిన విద్యార్థి అదృష్టం వల్లనో, ధైర్యం వల్లనో బ్రతకలేదు. అతను 'చెవిటి వాడు...'' అందువల్లనే బ్రతికాడు.

అవును.... ఒడ్డున ఉన్న స్నేహితులు చెప్పిన మాటలు తనకి వినిపించలేదు. లేదంటే తను కూడా తన పైనున్న నమ్మకాన్ని కోల్పోయి, తన తోటి స్నేహితుల వలె నీటి ప్రవాహంలోకి కొట్టుకొని పోయేవాడు. ఆ మాటలను వినకపోవడం వలన సహజంగా తనలో ఉన్నటువంటి శక్తిని, బ్రతుకుతాను అన్న ఆశను కోల్పోకుండా చివరి వరకు ప్రయత్నిస్తూ బ్రతికాడు.

అంతరార్థం :-

నిజానికి జీవితంలోని మనం కూడా అందరి మాటలను పట్టించుకుంటే మనలోని సహజంగా ఉండే శక్తిని మనం తెలుసుకోలేము. ప్రతి మనిషి లోని అనంతమైన శక్తి దాగి ఉంటుంది. దానిని మనం పూర్తిగా విశ్వసించాలి.

ఇతరులు చెప్పిన మాటల్ని విని మనల్ని మనం తక్కువగా భావించి, మనం చెయ్యలేము, అది మన వల్ల కాదు, నాకు అంత శక్తి లేదు.. ఇలాంటి నెగటివ్ భావనలతో చేయాల్సిన కార్యాలను (పనులను) మానుకుంటాం. అలాకాకుండా మనలోని శక్తిని నమ్మి దాన్ని పాజిటివ్ గా ఉపయోగిస్తే ఏదైనా సాధించగలుగుతాం. ఏది చేయాలనుకున్నా సమాజంలో కొన్నిసార్లు *చెవిటి వాడిలా* ఉంటేనే మంచిది. లేదంటే నిరుత్సాహపరిచే మాటలు మనల్ని వెనక్కి లాగేస్తాయి. "మనకున్న శక్తిని మనం విశ్వసించాలి. ప్రయత్నించి చూడాలి.

14. దైవ కృప

ఒకసారి సముద్రంలో పెద్ద ఓడ చాలామంది ప్రయాణికులతో బయలుదేరింది. సముద్రం మధ్యకు రాగానే అనుకోకుండా సముద్రంలో సుడిగుండం మొదలై ఓడ క్రమంగా నీటిలో మునిగిపోయింది. దానిలో ప్రయాణిస్తున్న వారందరూ చెల్లాచెదురు గా కొట్టుకుపోయారు. కానీ అందులో అదృష్టవశాత్తు ఒక ప్రయాణికుడు బ్రతికి ఒడ్డుకు కష్టపడి ఈదుకుంటూ ఒక దీవి మధ్యలోకి చేరుకున్నాడు. కొంతసేపటికి తెలివి వచ్చి అటు ఇటు చూస్తే కనుచూపుమేరలో సముద్రం తప్ప ఏమీ కనిపించలేదు. నిస్సహాయ స్థితిలో ఉన్న అతడు భగవంతుని ప్రార్థించాడు. నాకు ఏదైనా సహాయం చెయ్యి తండ్రీ.... అని వేడుకున్నాడు. కొన్ని రోజులు గడిచాయి. కానీ అలాంటి సహాయము అందలేదు. కానీ అతడు ప్రతిరోజు ప్రార్థన చేస్తూ వచ్చాడు. ఇంకొన్ని రోజులకు అతడు నిరాశతో నాకు విధి ఇలాగే ఉందేమో.... నాకు

ఎలాంటి సహాయము అందలేదు. భగవంతుడు నా విన్నపాన్ని వినలేదు. అంటూ నిట్టూర్పుతో చాలా బాధపడ్డాడు.

ఒకరోజు అతడు అక్కడ ఉన్న కట్టెలను పోగుచేసుకొని ఒక చిన్న గుడిసెను తయారుచేసుకున్నాడు. విరిగిన ఓడ నుండి ఉపయోగపడే వస్తువులను తెచ్చుకొని చిన్న గుడిసె లాగా తయారు చేసుకుని సముద్రంలో ఉండే చేపలను తింటూ ఏదో లాగా బ్రతుకుతున్నాడు.

ఒకరోజు గుడిసెలో చిన్న దీపం వెలిగించుకుని ఆహారం కోసం బయటకు వెళ్ళాడు. ఇంటికి తిరిగి వచ్చేసరికి గుడిసె మొత్తం మంటలలో కాలిపోతుంది. అది చూసి ఆ వ్యాపారి చాలా దుఃఖంలో మునిగిపోయాడు." ఈ ఆధారం కూడా లేకుండా చేశాడు ఆ భగవంతుడు" అని భగవంతుని నిందిస్తూ అక్కడే కుప్ప కూలిపోయాడు. ఆ రోజు రాత్రంతా అక్కడే సముద్రము ఒడ్డునే ఉండిపోయాడు.

మరుసటి రోజు ఉదయాన్నే ఏదో అలజడికి చటుక్కున లేచాడు. సముద్రంలో నుండి పెద్ద శబ్దం వినబడగానే, ఆ సడికి వ్యాపారి కళ్ళు తెరిచి చూశాడు. ఆశ్చర్యంగా ఒక ఓడ తనకు దగ్గరగా వస్తూ ఉంది. అతడికి నిజమా? కలా? అని అనిపించింది. వెంటనే మరేమీ ఆలోచించకుండా వెంటనే మరేమీ ఆలోచించకుండా అతడు ఆ ఓడ పైకి వెళ్ళిపోయాడు. చాలా సంతోషంతో ఓడ లోని Captain ను అడిగాడు. మీరు ఎలా తెలుసుకున్నారు? " నేను ఇక్కడ ఉన్నానని ".

దానికి కెప్టెన్ " నువ్వు ఇచ్చిన మంటల సిగ్నల్ వల్లనే మేము తెలుసుకోగలిగాము. ఇక్కడ ఎవరో మమ్మలని రమ్మని మంటల ద్వారా తెలియపరుస్తున్నారని అనిపించింది. అందుకే ఇక్కడకి వచ్చాము " అని అన్నాడు.

వ్యాపారి " నేను ఎలాంటి సిగ్నల్స్ ను ఇవ్వలేదు."

కెప్టెన్" మేము మంటలను చూసే ఇక్కడికి వచ్చాం".

అప్పుడు అతడికి తన గుడిసె మంటలు గుర్తుకు వచ్చాయి. వెంటనే అతడు తన మనసులో అయితే " ఇదంతా భగవంతుని మహిమ". ఆయనే మంటలను సృష్టించి నాకు సహాయాన్ని ఈ విధంగా అందించారు". నేను భగవంతుని అనవసరంగా నిందలు వేసాను అని తన తప్పును తెలుసుకున్నాడు.

అంతరార్థం :-

ఈ కథలో లాగానే మనం కూడా జీవితంలో చాలా అనుకుంటాం. ఇలా సాధించాలి... ఇలా సంపాదించాలి అని అనుకుంటాం. కానీ జరగవు.. జరిగేవి

మనకు నచ్చవు. అప్పటినుండి మనం ఆశలు వదులుకుంటాం. సహనం కోల్పోతాం. ఇంకా భగవంతుని కూడా నిందిస్తూ ఉంటాం.

కానీ మనం ఇక్కడ గుర్తుంచు కోవాల్సింది ఒక్కటే. " భగవంతుడు నాకు ఒక అద్భుతమైన దారిని చూపించబోతున్నాడు" అని సంపూర్ణ విశ్వాసంతో మనం మన పనిని చేసుకుంటూ వెళ్తే ఖచ్చితంగా ఒక అద్భుత మలుపు జీవితంలోకి వస్తుంది. అది మనం ఊహించిన దాని కంటే ఎన్నో రెట్లు ఎక్కువ ఉంటుంది. ఎందుకంటే భగవంతుని మహిమల్ని మనం అంచనా వేయలేము. కాబట్టి ఎలాంటి చెడు సంఘటనలు జీవితంలో జరిగినా భవిష్యత్తులో ఒక అద్భుతం రాబోతుందని గ్రహించాలి.

భగవంతుడు మన గురించి ముందుగా ఒక పథకాన్ని తయారు చేసుకుని మనల్ని తీర్చిదిద్దడానికి ఎల్లప్పుడూ సిద్ధంగా ఉంటాడు. మనం చేయాల్సింది అతడి పై సంపూర్ణ విశ్వాసం కలిగి ఉండటమే. సంపూర్ణ విశ్వాసంతో నీవు ఉంటే *ఎన్నో మహిమలు కూడా* *జరగవచ్చు.* భగవంతుడు (విశ్వం) నీకు సరియైన మార్గం చూపిస్తుంది.